When I Am Gloomy
Kapag Ako ay Malungkot

Sam Sagolski
Illustrated by Daria Smyslova

www.kidkiddos.com
Copyright ©2025 by KidKiddos Books Ltd.
support@kidkiddos.com

All rights reserved. No part of this book may be reproduced in any form or by any electronic or mechanical means, including information storage and retrieval systems, without written permission from the publisher, except in the case of a reviewer, who may quote brief passages embodied in critical articles or in a review.
First edition, 2025

Translated from English by Shiela Marie Atanacio
Isinalin mula sa Ingles ni Shiela Marie Atanacio

Library and Archives Canada Cataloguing in Publication
When I Am Gloomy (English Tagalog Bilingual edition)/Shelley Admont
ISBN: 978-1-83416-864-7 paperback
ISBN: 978-1-83416-865-4 hardcover
ISBN: 978-1-83416-863-0 eBook

Please note that the English and Tagalog versions of the story have been written to be as close as possible. However, in some cases they differ in order to accommodate nuances and fluidity of each language.

One cloudy morning, I woke up feeling gloomy.
Isang maulap na umaga, nagising akong malungkot.

I got out of bed, wrapped myself in my favorite blanket, and walked into the living room.
Bumangon ako mula sa kama, binalot ang aking sarili ng paborito kong kumot, at naglakad papunta sa sala.

"Mommy!" I called. "I'm in a bad mood."

"Nanay!" Pagtawag ko. "Hindi maganda ang aking damdamin."

Mom looked up from her book. "Bad? Why do you say that, darling?" she asked.

Tumingin si Nanay mula sa pagbabasa. "Hindi maganda? Bakit mo iyan nasabi, anak?" tanong niya.

"Look at my face!" I said, pointing to my furrowed brows. Mom smiled gently.

"Tingnan mo ang mukha ko!" Sabi ko, habang tinuturo ang aking nakakunot na noo. Ngumiti nang malumanay si Nanay.

"I don't have a happy face today," I mumbled. "Do you still love me when I'm gloomy?"

"Hindi masaya ang aking mukha ngayon," bulong ko. "Mahal mo pa rin ba ako kapag ako'y malungkot?"

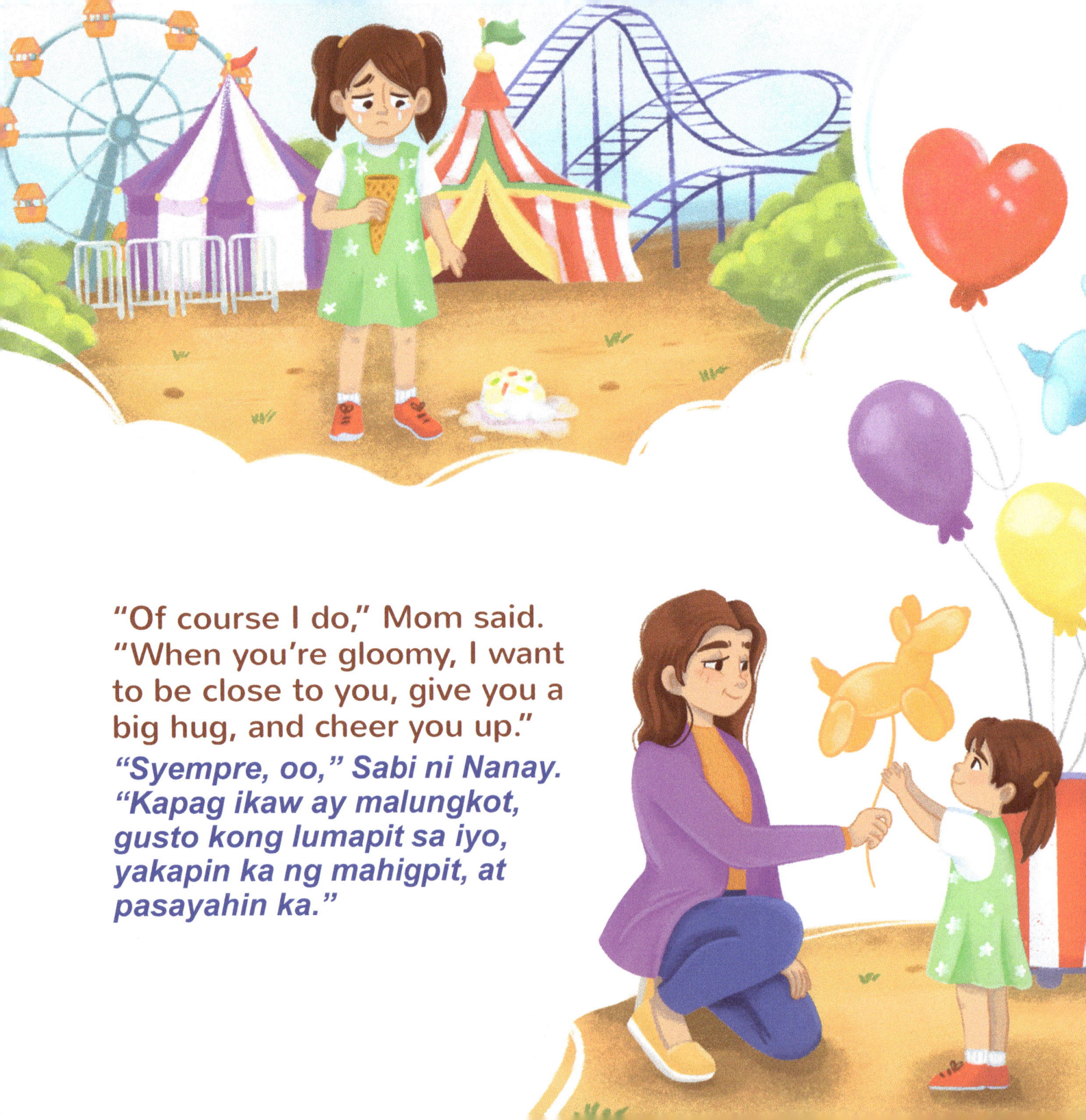

"Of course I do," Mom said. "When you're gloomy, I want to be close to you, give you a big hug, and cheer you up."

"Syempre, oo," Sabi ni Nanay. *"Kapag ikaw ay malungkot, gusto kong lumapit sa iyo, yakapin ka ng mahigpit, at pasayahin ka."*

That made me feel a little better, but only for a second, because then I started thinking about all my other moods.

Medyo gumaan ang pakiramdam ko, pero sandali lang, dahil nagsimula na naman akong mag-isip tungkol sa lahat ng iba ko pang mga damdamin.

"So… do you still love me when I'm angry?"
"Mahal mo pa rin ako kapag ako ay galit?"

Mom smiled again. "Of course I do!"
Ngumiti si Nanay muli. "Oo naman!"

"Are you sure?" I asked, crossing my arms.
"Sigurado ka?" Tanong ko, habang nakakrus ang aking mga braso."

"Even when you're mad, I'm still your mom. And I love you just the same."

"Kahit kapag galit ka, ako pa rin ang iyong nanay. At pareho pa rin ang pagmamahal ko sa'yo."

I took a big breath. "What about when I'm shy?" I whispered.

Huminga ako nang malalim. "Paano naman kapag ako ay nahihiya?" bulong ko.

"I love you when you're shy too," she said. "Remember when you hid behind me and didn't want to talk to the new neighbor?"

"Mahal din kita kapag nahihiya ka," sabi niya. "Naaalala mo ba noong nagtago ka sa likod ko at ayaw mong makipag-usap sa bagong kapitbahay?"

I nodded. I remembered it well.

Tumango ako. Malinaw ko itong naaalala.

"And then you said hello and made a new friend. I was so proud of you."
"At ikaw ay bumati at nakipagkaibigan. Bumilib ako sa iyo."

"Do you still love me when I ask too many questions?" I continued.

"Mahal mo pa rin ako kapag marami akong mga tanong?" pagpapatuloy ko.

"When you ask a lot of questions, like now, I get to watch you learn new things that make you smarter and stronger every day," Mom answered. "And yes, I still love you."

"Kapag marami kang mga tanong, katulad ngayon, nakikita ko kung paano ka natututo sa mga bagong bagay na makakapagbigay karunungan at kalakasan sa iyo sa bawat araw," sagot ni Nanay. "At oo, mahal pa rin kita."

"What if I don't feel like talking at all?" I continued asking.
"Paano kapag hindi ko gustong makipag-usap?" patuloy kong tanong.

"Come here," she said. I climbed into her lap and rested my head on her shoulder.
"Halika," sabi niya. Kumandong ako sa kanya at ipinatong ang aking ulo sa kanyang balikat.

"When you don't feel like talking and just want to be quiet, you start using your imagination. I love seeing what you create," Mom answered.

"Kapag ayaw mong makipag-usap at gusto mo lang manahimik, sinisimulan mong gamitin ang iyong imahinasyon. Gusto kong nakikita ang iyong mga nililikha," sagot ni Nanay.

Then she whispered in my ear, "I love you when you're quiet too."

At bumulong siya sa aking tenga, "Mahal rin kita kahit kapag tahimik ka."

"But do you still love me when I'm afraid?" I asked.
"Pero mahal mo pa rin ako kapag ako ay natatakot?" tanong ko.

"Always," said Mom. "When you're scared, I help you check that there are no monsters under the bed or in the closet."
"Palagi," sagot ni Nanay. "Kapag ikaw ay natatakot, tinutulungan kitang tingnan kung may halimaw sa ilalim ng iyong kama o sa iyong damitan."

She kissed me on the forehead. "You are so brave, my sweetheart."

Humalik siya sa aking noo. "Napakatapang mo, aking mahal."

"And when you're tired," she added softly, "I cover you with your blanket, bring you your teddy bear, and sing you our special song."

"At kapag ikaw ay pagod," marahan niyang dagdag, *"Kinukumutan kita, dinadala ang iyong teddy bear, at inaawitan ng ating espesyal na kanta."*

"What if I have too much energy?" I asked, jumping to my feet.

"Paano kapag ako ay maligalig?" tanong ko, habang tumatalon.

She laughed. "When you're full of energy, we go biking, skip rope, or run around outside together. I love doing all those things with you!"

Tumawa siya. "Kapag ikaw ay maligalig, tayo ay sumasakay ng bisikleta, nag-skip rope, o tumatakbo sa labas nang magkasama. Gusto kong ginagawa ang mga bagay na iyon kasama ka!"

"But do you love me when I don't want to eat broccoli?" I stuck out my tongue.

"Pero mahal mo ako kahit kapag ayokong kumain ng broccoli?" nilabas ko ang aking dila.

Mom chuckled. "Like that time you slipped your broccoli to Max? He liked it a lot."

Natawa si Nanay. "Gaya nang binigay mo ang iyong broccoli kay Max? Nagustuhan niya iyon nang sobra."

"You saw that?" I asked.
"Nakita mo iyon?" tanong ko.

"Of course I did. And I still love you, even then."
"Syempre nakita ko. At mahal pa rin kita kahit ganoon."

I thought for a moment, then asked one last question:
Nag-isip ako sandali, at nagtanong ng isang huling katanungan.

"Mommy, if you love me when I'm gloomy or mad… do you still love me when I'm happy?"
"Nanay, kung mahal mo ako kapag ako ay malungkot o galit… mahal mo pa rin ba ako kapag ako ay masaya?"

"Oh, sweetheart," she said, hugging me again, "when you're happy, I'm happy too."
"Oh, mahal kong anak," sabi niya, niyakap akong muli, "kapag ikaw ay masaya, masaya rin ako."

She kissed me on the forehead and added, "I love you when you're happy just as much as I love you when you're sad, or mad, or shy, or tired."
Hinalikan niya ako sa noo at sinabi, "Mahal kita kapag masaya ka katulad ng pagmamahal ko sa iyo kapag ikaw ay malungkot, o galit, o nahihiya, o pagod."

I snuggled close and smiled. "So… you love me all the time?" I asked.

Lumapit ako at ngumiti. "Eh di… mahal mo ako sa lahat ng oras?" tanong ko.

"All the time," she said. "Every mood, every day, I love you always."

"Sa lahat ng oras," sabi niya. "Bawat damdamin, bawat araw, mahal kita palagi."

As she spoke, I started feeling something warm in my heart.
Habang siya ay nagsasalita, nagsimula akong makaramdam ng ginhawa sa aking puso.

I looked outside and saw the clouds floating away. The sky was turning blue, and the sun came out.
Tumingin ako sa labas at nakita ko ang mga ulap na lumulutang papalayo. Nagiging bughaw ang kalangitan, at ang araw at nagpapakita na.

It looked like it was going to be a beautiful day after all.
Mukhang magiging maganda pa rin ang araw na ito.

www.ingramcontent.com/pod-product-compliance
Lightning Source LLC
LaVergne TN
LVHW072110060526
838200LV00061B/4844